AVGA for Love of the Game

The Host: the Sydney Team

"AVGA for Love of the Game" captures the love and friendships through the game of golf among Australian Vietnamese, Australians and Vietnamese from around the World. It includes fun golf poems (in Vietnamese) by AVGA Captain Trần Trí Tuệ and photos by photographer Farshid Anvari at the AVGA 10th Anniversary Gala Dinner and Open Championship.

AVGA - "10 năm yêu em": *10 năm là một chuỗi ngày dài trong cuộc sống, là hàng triệu cú xuynh đã được tung ra, là hàng nghìn cú birdies, eagles đã bắt được ... thế mà 10 năm cũng đã qua đi như một cơn gió thoảng ... "AVGA for Love of the Game" chia sẽ những kỷ niệm và tình yêu trên sân golf của các golfers gốc Việt đã và đang sinh sống trên nước Úc trong 10 năm qua.*

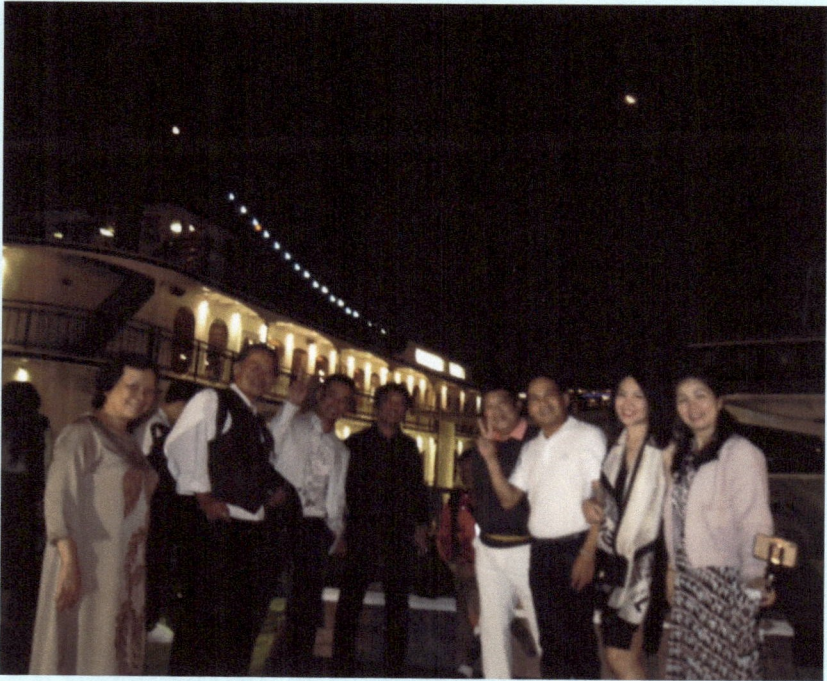

Minh Hiền and Trí Tuệ with friends at the
AVGA 10th Anniversary Gala Dinner

In memory of our Mother,
Kim Nga, the Golden Moon

Published on 9 December 2019 by Minh Hien Pty Limited
ABN 86 086 458 817
www.minh-hien.com

Inquiries should be addressed to
Minh Hien Pty Limited
PO Box 737
Drummoyne NSW 1470
Australia.

This edition is realeased under the brand name: *Wealthy Me®*
in memory of our mother, Kim Nga, the Golden Moon.

Creators: Tri Tue Tran, Hien Minh Thi Tran and Farshid Anvari.

Title: *Australian Vietnamese Golf Association (AVGA): For Love of the Game.*

ISBN: 9780994602831 (hardback)

A catalogue record for this book is available from the National Library of Australia

About the Authors

Tri Tue Tran (TTT) is the Captain of AVGA since its establishment in 2009 and is the President of the Overseas Vietnamese Golf Association (OVGA) since its establishment in 2015. He graduated from the University of Tasmania, worked in IT, airlines, business intelligence, hospitality and business development for more than three decades. He held a number of senior management roles in all of his involvements in these industries. He loves nature and Vietnamese poetry and is passionate about GOLF as "the Game of Love and Friendships". For the past 10 years, together with his friends at AVGA, they have organised golf tournaments and the annual AVGA Open Championships to promote Vietnamese cultures in Australia and Overseas and, to create opportunities for business networking and raise funds for charities through golf.

Hien Minh Thi Tran (Minh Hiền) is a Systems Accountant, an author and an educational consultant. She holds eight university qualifications in the fields of higher education, engineering, accounting, commerce, management and writing. She was selected to participate in the the ACT Writers Centre's 2019 Hardcopy National Professional Development Program to write her memoir. Her draft memoir 'was ranked in the top 10% of all Next Chapter submissions in 2019'. In 2006, she was awarded the Australian Society of Authors Mentorship. She is featured in the 2008 Who's Who in Tasmania. She loves to record life experiences through writing.

Farshid is a researcher, an engineer and an educational consultant. He loves Vietnam. In the past 27 years he has travelled regularly to Vietnam. In Vietnam apart from learning Vietnamese cultures, doing charity and teaching activities, he has presented his research papers at international conferences held in Saigon, Nha Trang, Tam Kỳ and Huế. He was working in various industries in Melbourne, Hobart and Sydney for three decades. He loves to capture the beauty and happiness of life through photography.

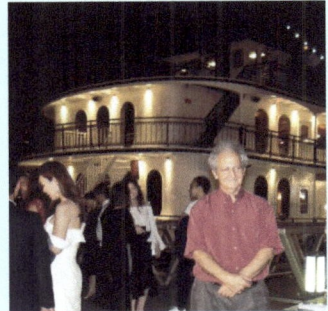

Sydney có giải Việt Kiều
Mệ nhà có cãn cứ liều mà đi
Có chơi mới có bơ-đì
Không đi răng biết sức mình tới mô?

Family, friends and members of the AVGA and
the Vietnamese Entrepreneur Association Sydney (VEAS)
at the AVGA 10th Anniversary Gala Dinner
Darling Habour, 2nd November 2019

CONTENTS

Book cover photos: front at St Michael's Golf Course, Australia; back at Hoiana Shores Golf Course, Vietnam.

Năm nay là đúng mười năm
Golf thủ Việt Úc cùng nhau tranh tài
Có người cũng chỉ mới chơi
Có ngừơi thì "kép" tuyệt vời dứơi "không"
Bãng A cao thủ khá nhiều
Bãng B sôi nổi có điều hơn xưa
Bãng C là bãng tự do
Cho người không "kép", so đo thư hùng
Bãng S lão tướng thi đua
Bãng L là bãng mỹ nương môi hồng

AVGA Captain
Trần Trí Tuệ
(TTT)

AVGA 10th Anniversary Open Championship
at St Michael's Golf Course

Each year, since 2009, when many of Sydney streets turning purple with jacarandas bloom, the AVGA Open Championship is on. Hundreds of golfers come to Sydney from around the country and from all over Sydney.

Sydney mùa hoa Phượng ...

Cây kia ngóng cả năm trường
Nay mượn hoa tím thốt lời vấn vương
Gió qua hoa thắm con đường
Phượng càng tím biếc càng vương vấn nhiều...

The Lifetime Member of AVGA, Shani Trần

AVGA's Founders

AVGA's founders at Terrey Hills Golf Course Sydney - 2009 (Photo courtesy of AVGA)

From left:
Ms Nguyen Truong
Ms Sylvia Phuong Pham (Treasurer)
Mr Harry Hai Phuc Pham
Mr Tri Tue Tran (Captain)
Mr Tom Hoan Minh Nguyen (President)
Ms Lanna Thu Tran
Mr Nam Hong Vu (Honorary life member)
Mr Garry Giang Luong (General Secretary)
Mr Trieu Thai
Mr Tan Trinh
Mr Alex Quoc Tran
Mr Khoa Tran (Honorary life member)

Part 1: Vietnamese Golf Associations in Australia

History of Australian Vietnamese Golf Association (AVGA)

The *Australian Vietnamese Golf Association* (AVGA) was established on 20/09/2009.

AVGA is a non-profit sports and cultural organisation; it embodies good sportsmanship in the spirit of the game of golf through integrity, diligent, and respect.

Members of AVGA include casual golfers, beginners to members with handicap better than scratch and PGA professionals. To further friendships through golf, from time to time, AVGA select/request its members to represent AVGA at golf events around the country and overseas. In particular, each year AVGA have team representing at the Thailand King's cup , the Philippines' Cup, the Asian Cup, Albatron Cup, VVGA Championship, CVGA Championship, the Overseas Vietnamese Golf Association (OVGA)'s World Cup etc...

Throughout the years AVGA organises a number of tournaments and social games. AVGA tournaments are not just a sport competition. It also serves as a bridge linking the Vietnamese community (business, students and people who are living all over Australia), local Australians and other ethnic groups. AVGA members also host a number of games for overseas golfers visiting Australia.

It has become a tradition that the most important event of the year among Vietnamese golfers in Australia is the annual AVGA Open Championship which held on the first Sunday in November each year.

AVGA head quarter is in Sydney with over 200 members. Each state in Australia has its own association and they organise their own local social and competitions. Currently, VVGA (Victoria Vietnamese Golf Association) has about 100 regular golf players participate in their weekly competition, CVGA (Canberra Vietnamese Golf Association) and QVGA (Queensland Vietnamese Golf Association) have also participated in all major AVGA events in addition to regularly organise their own tournaments. In Sydney, each season, major tournaments are organised. Each local area (Northern Sydney, Southern Sydney, CBD and Western Sydney) holds their own competition event regularly. AVGA are looking to extend to welcome Western Australia and South Australia in the coming year.

While AVGA is a social association for golfers of all ages and back grounds, two of the most noticeable skilful members are Andy (23yo) and Amy Chu (19yo). Some other noticeable members are also currently under study at various PGA Australia programs.

Andy turned professional in 2017. He is a touring member of PGA Australia. He has some wonderful success stories already including winning the 2017 FLC Vietnam Masters. Amy was the State of NSW junior girl captain. She has now moved to USA to further her study after winning a number of college scholarships. We are hoping to see Amy turning professional in the next few years and compete in the LPGA big stage.

From a small golfing community in Australia, 10 years ago, through love of the game, with the strong support of participating golfers, friends and business organisations, AVGA has grown strongly with achievement noticeable. Thank you to all members, friends and business organisations, who have been with AVGA on its first 10 years journey. We are looking forward to continuing the journey with you all into the future.

In the last three years, before each championship, Harry and Sylvia Pham, both AVGA founding members, hosted a dinner at their house for the AVGA committee meeting to finalise the plan for the tournaments. Sylvia cooked fabulous food.

Lẩu dê rau muống hành gừng
Dăm chai rượu chát phừng phừng đàn dê
Mọi người: Món ấy tuyệt ghê
Bao giờ họp nhớ lẩu dê đi kèm

"Handsome Harry" and his wife, the fabulous Sylvia, were hosting the special 2016 AVGA meeting with exquisite food and rare wine. The fresh oyster with chilled vodka did "wakeup" all who were there and the Goat steamed boat did give all the young men (and even mature one) plenty of high "spirits", the conversations were lively and the suggestions, volunteers etc were fantastic.

AVGA Captain Tri Tue Tran was interviewed by
television crew in Vietnam in 2017

Amy Chu: **selected to play at the** *Professional Ladies*
Korean Tournament **in Dalat, Vietnam**

Amy Chu (HDC 0) - Photo courtesy of Mr Phap Nguyen

Victorian Vietnamese Golf Association (VVGA)

VVGA has well over 100 members and regular playing around Victoria. Current President is Madam Laura Hong Dao Lee and Captain is Mr The Duc Dao.

VVGA Open Championship 2013

Canberra Vietnamese Golf Association (CVGA)

CVGA was established in 2017. It has the youngest average team members under the leadership of President Dr Khu Vu and Captain Harry Hoang.

CVGA Open Championship 2018 - Photo courtesy of CVGA

Overseas Vietnamese Golf Association (OVGA)

OVGA was formed in 2015. It has members worldwide in 18 countries and is growing. AVGA plays a key role in the forming of OVGA and is a strong supporter of OVGA. The Captain of AVGA is also the current President of OVGA. OVGA aims to promote friendships and business networking among golfers through the game of golf.

AVGA Team at the first OVGA Championship in 2015 – A strong team from Australia at OVGA

Cùng bạn ra sân tình gôn thủ
Quanh sân lắm bẫy chí không nhờn...

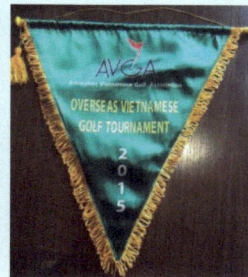

16 countries from Europe, Australia, Asia, America, Africa…

Silver medal is not good enough.
But we have plenty of fun and making many new friends ...

The European team won the 1st
Ryder Party cup team event in 2015

Party after the game
was over

Amy Chu (Australia) shot an even par round on the tough
Kings Island course to win the best gross score
on the first day of the 2015 OVGA Champion.

Team from Australia: Winner of the 2017 OVGA Championship

AVGA Team at the OVGA Championship in 2018 at FLC Quy Nhơn Golf Course

OVGA 2018 at FLC Quy Nhon Resort & Golf

Ghé đến Quy Nhơn đánh bóng chơi
Có nắng hanh vàng gió biển khơi
Làng chài cát trắng sân gôn mới
Thảm cỏ xanh ngời đón bóng rơi

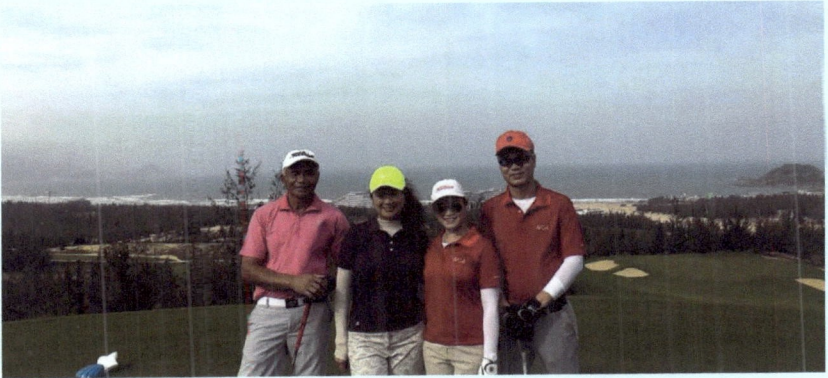

Harry & Sylvia Pham with Huyền & Tuan Cao
at FLC Quy Nhơn GC for the OVGA18

Congratulations to AVGA Vice Captain Panda Vu Le for his
Eagle at the FLC Quy nhơn mountain course.

Sân Quy nhơn không khó vì xa xôi cách trở
Mà khó vì thần thờ trước cảnh đẹp người xinh

Winner of the 2018 OVGA Championship

Ladies of AVGA at the 2018 OVGA Championship:
Huyen Nguyen, Nguyen Truong, Linda Nguyen, Sylvia Pham,
Liz Hoang and Dien An Nguyen

OVGA 2019 at FLC Ha Long Bay Golf Club

MC Hải Anh and Captain TTT

Longest Drive (300+ yards): Mr Thai Tran (Australia)

Australian team at OVGA 19, after 3 days of competitive games against 16 other teams from around the world, the winner is …

Kỳ quan đứng giữa kỳ quan
Nơi đây ngây ngất cảnh quang nhớ đời
Ngàn xưa rồng hạ xuống chơi
Hôm nay golf thủ khắp nơi quay quần
Cỏ xanh bao bọc núi đồi
Sân golf tuyệt đẹp khiến hồn ngất ngây

Golfer Andy Hoang (Australia) at Ha Long Bay Golf Course

Hạ Long cảnh đẹp nhiều thử thách
Thổn thức chờ mong bóng tối tàn
Bình minh phát bóng sương se lạnh
Bồng lai tiên cảnh ắt còn ganh

AVGA Captain at the 2019 OVGA - Ha Long Golf Course

Congratulations to all players who participated at OVGA 2019, Overseas Vietnamese World Golf Championship

The fourth OVGA championship was hosted at FLC Halong Bay GC, Vietnam with 110 players participated from 15 countries. The three-day championship consists of three different format games: individual stroke, team of three players Ambrose and matchplay foursome between Europe & USA vs "Rest of the world" (Australia and Canada). It was one of the rare tournaments that provided a playing field for Vietnamese golfers around the World to come together not only enjoying the many wonderful challenges on the course but also an opportunity to make friends and networking. It was played at the highest level of sportsmanship and intensive competitiveness. Golf itself was the winner and everyone who was at OVGA was the winner. **The OVGA 2019 Results:**

1) Men Individual:

. Champion (best nett): Pham văn Khiết (79, hdc 10, nett 69) from Australia

. Runner up: Pham Van Thương (76, hdc 5, nett 71) from Australia

. 3rd place: Le Hoai An (82, hdc 11, nett 71, Count back) from USA

. 4th place: Dr Harry Doan from Australia

. Best Gross: Phạm Văn Thương (76) from Australia

2) Ladies Individual:

. Champion: Ms Vu Thi Kim (83, hdc 11, nett 72) from Czech

. Runner Up: Ms Sylvia Pham (88, hdc 16, nett 72) from Australia

3) Technical Prize Winners:

. Longest Drive: Mr Tran Thai (Australia)

. NTP Hole 5: Ms Hoang Thu Dung (Hungary)

. NTP Hole 8: Ms Phan Thi Kim Oanh (Russia)

. NTP Hole 12: Mr Pham Van Khiet (Australia)

. NTP Hole 13: Mr Tom Van Lee (Australia)

. NTP Hole 16: Ms Tran Minh Tơ (Czech)

4) Team of 3 players, Ambrose:

. Champion team - Nett 60: from Australia with the Trans brothers: Alex Quoc Tran, Van Quoc Tran, Thai Tran

. First runner up - Nett 61: Team from USA with David Le, Banh James, Pierre Ngo

. Second runner up - Nett 62: mixed international team with Ms Hoang Thu Dzung (Hungary), Vuong Hoang Huyen (Hungary) & Pham Van Khiet (Australia)

5) Matchplay Foursome (Europe & USA) vs (Australia & Canada)

.Winner: The Rest of the world (Australia & Canada) 10.5 / 9.5

2019 Captain of the team from Australia: Harry Huy Hoang
(ACT) and OVGA President Tri Tue Tran

Vinh quy bái tổ Huy Hoàng
Dẫn đầu đội Úc tung hoành Hạ Long

Born in Quang Ninh, Harry Huy Hoang, from Canberra, was
invited to be the Captain of AVGA team at the OVGA 2019
Championship.

Captain of Australia, Harry Huy Hoang, representing the
International Team Winning the OVGA World Cup – 2019

Captains of 18 countries represented at the 2019 OVGA

Part 2: The Game of Love and Friendships

Love and Friendships

Golf is the game of love, where family members of all ages can play with each other. AVGA's tournaments and social games have also served as a bridge linking the Vietnamese community, business, students and people who are living all over Australia and the local Australian and other ethnic groups.

Tết này đập đất sân nhà
Trời xanh cỏ mượt mà pars đâu rồi
Loanh quanh banh lại vào hồ
Tháo giày vung gậy hồ đồ làm sao
Hết hồ rồi lại bẫy sand
Tru mình mở gậy hết sand lại hồ
Cuộc chơi mười tám đường thôi
Mới vào chín hố hết rồi "kép" chơi
Đêm qua uống rượu nhớ đời
Back nine tỉnh rượu golf thời khá hơn
Năm pars cú đánh liên hoàn
Tâm hồn nhẹ bổng ngỡ là trên mây
Du vân vấp té giếng rồi
Bơ-đi đợi nhé đắp-bồ tới ngay
Khai niên gậy múa cuồng quay
Năm nay phong thuỷ hẳn là tốt thôi...

AVGA team celebrated New Year after the first OVGA Championship 2015 in Vietnam

Annie Rose (Amy Chu's mother): "*Thanks Anh Tuệ & AVGA for your ongoing encouragement & support our young golfers!*"

Golf encourages quality time and bonding, plus physical and emotional benefits. AVGA's competitions and activities provide opportunities for all family members to participate.

Emily Tran, a keen tennis player, who has a natural swing

Coach Shanie Tran

Amy Thai (middle) won the "*most outstanding junior prizes at Cromer Golf Course in 2019*". She is currently trained under the watchful eyes of one of the best coaches in Australia at Cromer GC: PGA Professional Nick Robb.

AVGA Captain TTT with World Champions

Rod Spittle: PGA Champion tour winner from Canada

Corey Pavin:1995 US Open Champion and Captain of the 2010 US Ryder Cup Team

Craig Parry: Australia PGA Champion with 23 victories world wide.

Greg Norman: Former World Number One Golfer

At the 2016 AVGA Open Championship

Fathers and Sons

Mother and Son

Husband & wife: Harry & Sylvia

"Brothers in arms"

Canberra Golfers at Magenta Golf Course

Photos courtesy of Nguyễn Thị Phương Trâm (All photos on this page)

Có phải golf là trò chơi đáng ghét
Khi cần par lại mất tám gậy rồi
Điểm tốt nhất đã mười năm có lẻ
Đến bao giờ mới được bảy mươi hai

Photo courtesy of Nguyễn Thị Phương Trâm

David Luan & Paul Lee with their families: all competing
Photo courtesy of Nguyễn Thị Phương Trâm

Local Inhabitants on Golf Courses in Australia where the AVGA tournaments were held

Photos courtesy of Trần Đức Thái (on this page).

Golf course is a mystery that awaiting for golfers to discover

Thật khéo léo và muôn vàn bí ẩn
Như nắng xuân nhẹ cởi cánh nụ hồng

TTT's interpretation of EE Cummings:
"You open always petal by petal myself as Spring open (touching skilfully, mysteriously) her first rose"

The Swings

Senior Champion Golfer An Tran, a generous supporter of the AVGA Open Championships.

PGA Australia Professional Ryan O'Flaherty is a regular player at AVGA events. Ryan is a well known coach and golf fitness instructor with over a year of coaching in Vietnam. He currently trains a number of scratch players in Sydney.

Champion Ladies Golfer from Russia, the lovely Dr Kim Oanh Phan at the OVGA 2019 Championship.

Mỗi người có một cú swing
Kẻ nhanh người chậm cô thì khoan thai
Gậy cầm nhớ nắm lỏng hơn
Bóng đi thẳng tắp lon ton chạy dài

AVGA Captain Tri Tue Tran

Duong Cao Pham, Senior
Champion golfer

Nguyễn Ngọc Dzưng

Mai Phước Dzũng

AVGA General Secretary
Garry Giang Lương

Twice AVGA Champion Alex
Quốc Trần (HDC 0)

Dr Harry Đoàn (HDC 8) -
AVGA Team doctor at
OVGA championships

Trainee PGA Professional
Nguyễn Việt Hưng (HDC 0)

AVGA
Treasurer
Sylvia Pham,
twice AVGA
Champion

VVGA
President,
Madam Laura
Hồng Đào Lee
(Melbourne)

Ngọc Dzung
and
Bảo Hương

Giving Back to the Community
"Lá lành đùm lá rách"

AVGA has raised almost $100,000 at the Open Championships for charity organisations in Australia, Cambodia and Vietnam: *Camp Quality*: Supporting Children with Cancer – Australia, *Father Quyen*: Building basic houses in remote parts of Cambodia and *Cơm có thịt* - Rural children in highlands of Vietnam.

2014 - 2015 *Cơm có thịt* Charity Activities

In Loving memories of Golfer Dr Vinh Giang

He was an avid golfer, a gentleman on and off the course.
His last competitive tournament was at the AVGA 2016 open
championship.

(Permission granted by his widow wife
to use any of his photos at AVGA 2016)

Spirit of a true golfer: He was competitive, enthusiastic
and smiling to the very end.

(Photo courtesy of Nguyễn Thị Phương Trâm)

Author Minh Hiền under the Golden Moon

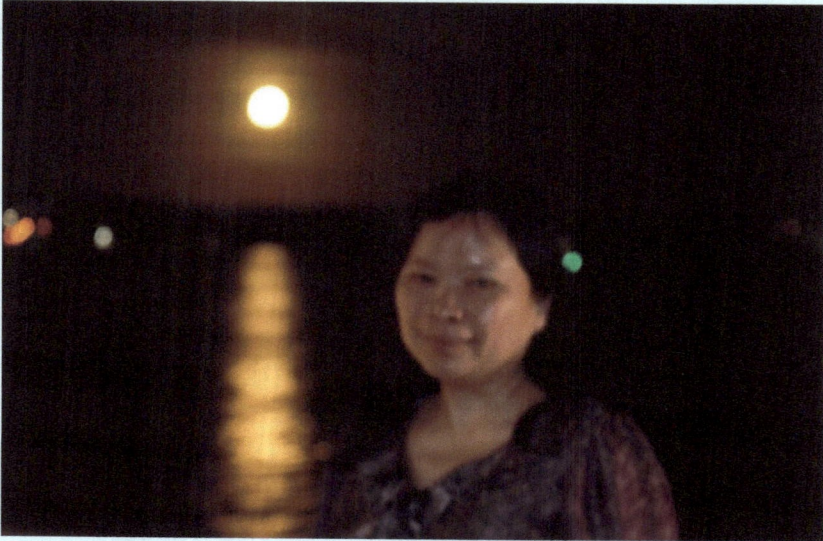

When we were preparing for the 30th anniversary of our mother ("*Mẹ*") passing away, my brother, Trí Tuệ, said: '*This year marks the 10th year of the AVGA Open Championship*'.

Mẹ, the *Golden Moon*, has always been with us.

Our mother's life has given us inspiration and optimism.

Mẹ is in our thoughts when we create this book.

We hope you enjoy reading it as much as we enjoy creating it.

AVGA 10ᵗʰ Anniversary Gala Dinner

On Saturday the 2ⁿᵈ November 2019, to welcome visitors to the AVGA 10ᵗʰ Anniversary Open Championship, together with the Sydney Vietnamese business group VEAS all golfers participating in the championship, friends and families were invited to join at the gala dinner on a cruise ship toured around Sydney harbour with local Vietnamese band entertaining. It was a fun event and a great opportunity for golfers and business people to mix with each other and enjoy.

Có phải Em "là ngọn cỏ gió đùa"
"Là hạt bụi vô tình" trên vai áo
Mà chân anh bối rối bước xiêu xiêu
Lại ngại gió vô tình từ đâu lại...

Hà Quốc Khánh (Vietnam), Captain TTT, Triều Thái

Hãy tin vào trái tim, dầu biển rộng bùng cháy
Hãy sống vì tình yêu, dẫu sao trời xoay bước
"Trust your heart if the seas catch fire,
live by love though the stars walk backward." (E E Cummings)

Dược Sĩ Nguyễn Thị Phương Trâm (Maria)
An indispensable AVGA volunteer photographer since 2016

Guests Arrivals

Over 200 people boarded the Show Boat at Darling Harbour for the AVGA 10th anniversiary gala dinner. Many flew in for the weekend from interstates and overseas. We thank Phương Trâm (Maria) for taking the photos of our guests as they arrived at the AVGA 10th anniversary gala dinner.

The VIP Guests

VVGA Captain
The Duc Dao
and family
from Melbourne

Sponsor of AVGA 2019:
Mr Alex Thu Pham
and family

Major Sponsor of AVGA 2019:
Mr Max Lam Pham
and his elegant wife Architect
Carol Nguyen

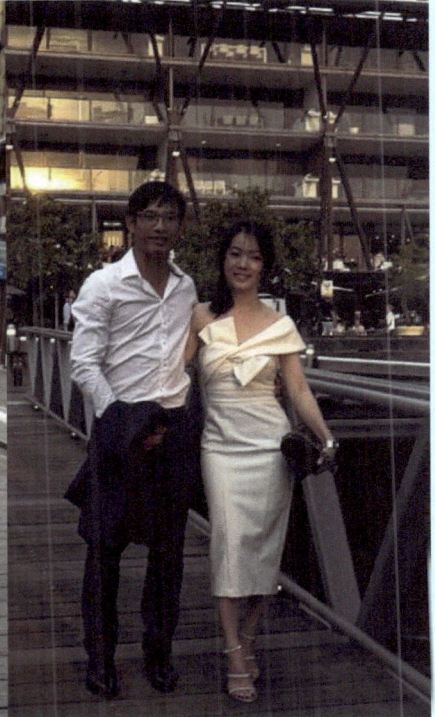

Golfer Trung Vu and
wife Ms Hien

Golfer Cuong Luong and
wife Ms Hang Do

AVGA General Secretary & wife

"Ladies in Red"

Major Sponsor of AVGA 2019: Mr Sỹ Luận with his family and friends

Champion of champions 2009-2019

Mr Tony Phuc Cao Pham

Simply Charming

The "fabulous fun five" golfers from Melbourne

President of VVGA from Melbourne

Madam Laura Hong Dao and husband Paul Lee

AVGA member and guest player from Vietnam

Guest player from Ha Noi: Mr Long and his wife Ms Hoa

Major
Sponsor of
AVGA
since 2017:
President of
VEAS
David Luan
Nguyen
and guests

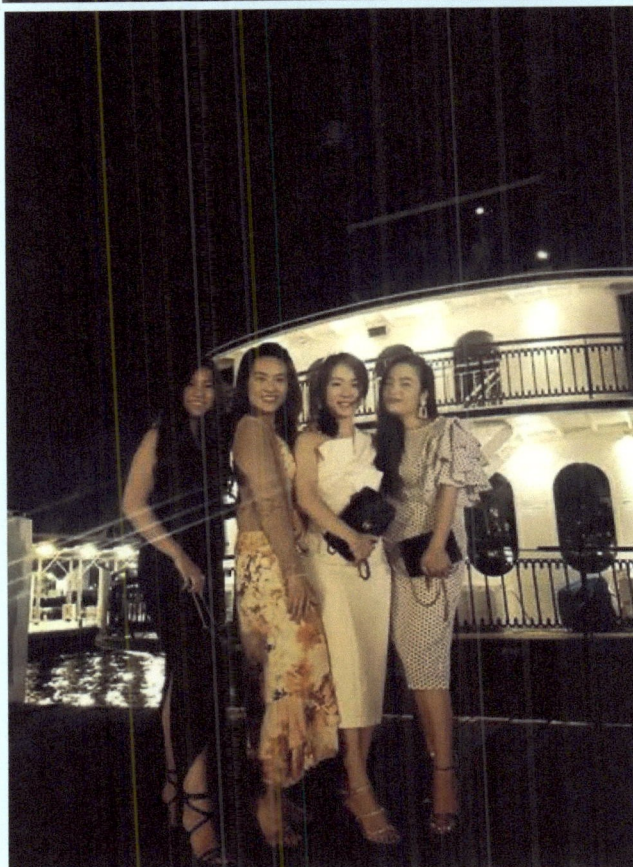

Behind every happy golfer is a supportive and happier partner

Ladies golfers at the AVGA 10th Anniversary Championship

VVGA members and partners with John Van Nguyen (Sydney)

The bosses

Champion golfers from
Western Sydney (the husbands)

Khánh and Maria

Golfer David Sue and family

The Gala Dinner

Captain Trần Trí Tuệ

MC Hải Anh
(Á Hoàng Golf Vietnam)

Minh Uyên's Fabulous voice

Sensational Mỹ Kỳ

AVGA President: Tom Hoan Nguyen

Author Minh Hiền (right) and Ngọc Bích (from Vietnam)

Diners with view of the famous Sydney Bridge

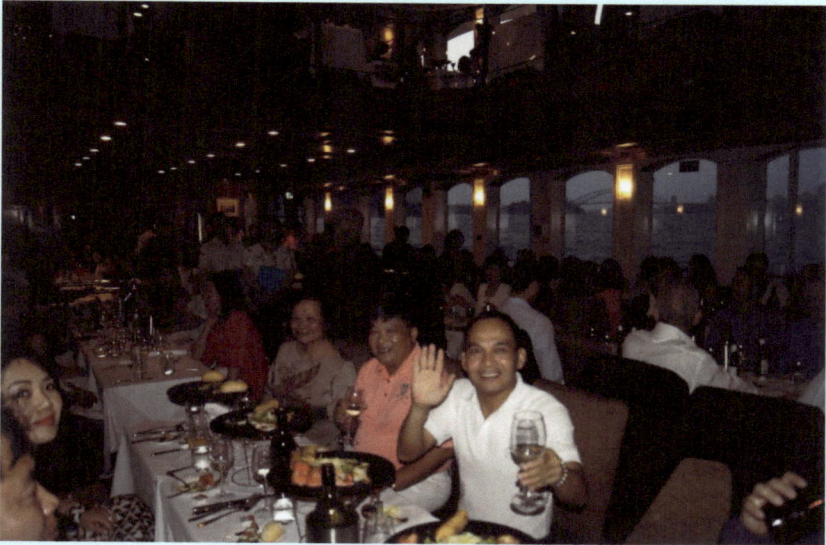

Champion of champions Golfer Tony Hùng Phạm (waving)

Captain TTT with friends and awards winning architect Mr Tim Quach

The VIP of VEAS table

Captain TTT and school friend of 40 years, Chairman Mr Nguyen X Quang, and CEO of L & C Mr Max Pham

Bốn mươi năm trước một mái trường
Bao năm hồ hải tóc nhuộm sương
Đêm nay hoài niệm tình tri kỷ
Lòng bỗng say mềm với vấn vương

Captain TTT with two champion golfers from Europe – Left: Ms Nguyen Minh Ngoc – 2018 Champion of European Vietnamese Golf Association - Right: Dr Phan Kim Oanh – Champion of Russia

Captain TTT with his sister

Maria and Khánh Trần: volunteers who helped behind the scene of the past five AVGA Championships

AVGA founding member Tan Trinh and wife

VVGA Team: always in good spirit

Golfer from Melbourne with family and friends: Dr Hương

Captain TTT with Nhat Nguyen (middle) and Alex Thu Pham
(right)

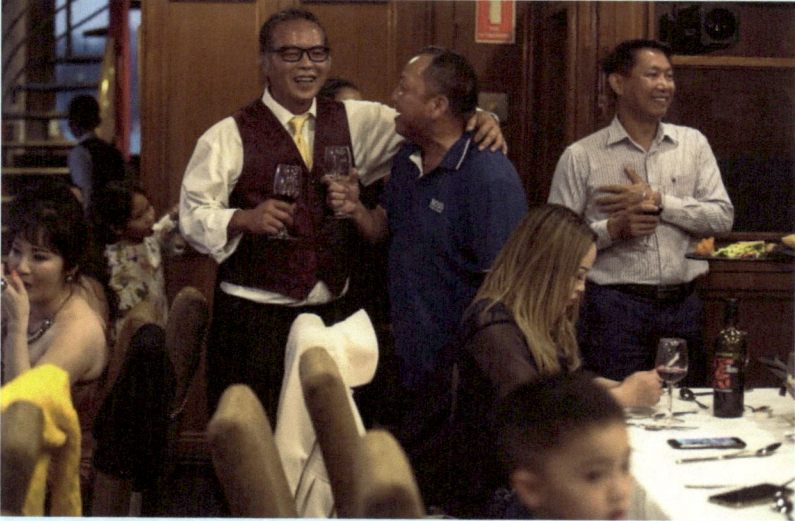

Farshid working on the stage

"Like a lazy ocean hugs the shore
Hold me close, sway me more" (Sway lyrics)

Thế giới quanh ta sao vắng lặng
Nhìn cả vòm trời chỉ thấy em ...

Part 3: Anniversary Open Championships

AVGA Anniversary Open Championships

The annual AVGA Open Championship event is the most participated event for all AVGA members and friends. The number of players registered for the events has always exceeded the maximum number for the tournaments.

Có phải golf là tình nhân muôn thuở?
Khi đã yêu đòi trọn cả tấm lòng
Cả tâm thức và từng giây mọi lúc
Vì tha thiết mặn nồng là chưa đủ...

Golf is like a love affair.
If you don't take it seriously, it's no fun;
if you do take it seriously,
it breaks your heart.

A. Daley

2009 - Macquarie Links International GC

2
0
0
9

2
0
0
9

2
0
0
9

2010 - Kogarah GC

2
0
1
0

2
0
1
0

2
0
1
0

AVGA Captain TTT (L)   President Tom Nguyen
President Tom Nguyen (R)

2
0
1
0

2
0
1
0

C
H
A
M
P
I
O
N
Tony
Hùng
Phạm

2
0
1
0

2011 - Macquarie Links International GC

3 AVGA Committee's meeting plan

N
O
V

2
0
1
1

2
0
1
1

2
0
1
1

2
0
1
1

NSW Cabinet Minister, Mr Brad Hazzard, welcoming golfers at the AVGA Open 2011 Championship

2
0
1
1

2
0
1
1

2
0
1
1

2
0
1
1

2012 - Macquarie Links International GC

2 0 1 2

2 0 1 2

2 0 1 2

Trước rin nhớ ngắm bốn phương
Bao nhiêu cạm bẫy, phải lường hiểm nguy
Biết mình sở hữu giỏi chi
Chớ vì cám dỗ mà đi thẳng cờ

2
0
1
2

2
0
1
2

2
0
1
2

2
0
1
2

Gậy chấp dẫu ít hay nhiều
Đấu tâm, đấu trí, thiên nhiên, bạn hiền
Trên sân giữ tính nhẫn kiên
Dù cho bóng mất chớ liều là tiêu

2013 – The Springs GC

2 0 1 3

2 0 1 3

2 0 1 3

2 0 1 3

2014 - Macquarie Links International GC

AVGA in Vietnam at the 2014 Vietnam Open Team Championship

Andy Chu (AVGA) came first in the individual event.

The AVGA team ranked fifth, competing with 28 teams at the 2014 Vietnam Open Team Championship.

2015 - Moore Parks GC

2015

2015

2015

Ms Nguyen Truong - Winner
of AVGA Ladies division

2 0 1 5

2 0 1 5

2 0 1 5

AVGA President
Tom Hoan Nguyen

2016: Magenta Shores Golf & Country Club

Major Sponsor (2016-2018):
Norfolk Group

AVGA Captain TTT with golfers
from Vietnam & VVGA Captain
Tuan Nguyen (middle)

CCVGA President Dr Khu Vu and
Captain Harry Huy Hoang

Photos (*ttt*) courtesy of Nguyễn Thị Phương Trâm

2017: Twin Creeks Golf & Country Club

2 0 1 7

2 0 1 7

2 0 1 7

2 0 1 7

2 0 1 7

2
0
1
7

2
0
1
7

2018: Riverside Oaks Golf and Resort

2
0
1
8

2
0
1
8

2
0
1
8

2
0
1
8

2
0
1
8

2
0
1
8

2
0
1
8

The 10th Anniversary Open Championship

The 10th Open Championship was held on 3rd November 2019 at St Michael's Golf Course, one of the most beautiful golf courses in NSW. There were 143 players from Sydney, Melbourne, Canberra, Brisbane, Adelaide, Saigon, Ha Noi and Europe.

Cã năm luyện tập miệt mài
Lùa banh cũng giỏi, đánh dài hơn xưa
Bây giờ có dịp cọ cưa
Vừa tranh vừa độ sớm trưa tới chiều...

Fairways này, bao năm rồi qua lại
Sao bổng dưng thấy xa lắc bất thường
Đã dài hơn lại thêm vài con dốc
Những dốc này, ai mới đắp hôm qua?

The international team from Vietnam and Europe

Cố nhân tay bắt miệng chào
Nam thanh nữ tú phong trào chơi gôn

The men from the capital city: the Canberra team

The team from the gardens state: the Melbourne team

Nhìn bóng bay ra lại chán phèo
Đường bay lảo đảo lại cong queo
Bay chưa trăm thước sao nằm đó
Hết chỗ nằm sao lại xuống đèo

The men from the land of her Majesty: the Queenslanders

Xuân đến hoa vàng nở đầy sân
Môi tươi em đượm sắc xuân nồng
Nắng nhạt điểm tô thêm sức sống
Say đắm lòng anh quá ngất ngây ...

Bí quyết lùa banh phải học thông
Nắm cán nhẹ thôi, chớ có gồng
Vai xoay mạnh nhé thêm chút nữa
Đẩy sâu tới nữa, nhớ giữ hông...

Muốn lùa cho giỏi cho hay
Trên rin nhớ ngắm chỗ này chỗ kia...

Em còn nhớ đến nơi này
Hố sâu gió lớn cả ngày lạc banh ...

Bầu trời xanh biếc gió thanh
Những tia nắng nhạt ngập tràn sân golf
Hiu hiu gió khéo nô đùa
Xiêm y phất phẩy tiên nương giáng trần...

Brotherhood - mưa nắng chi sờn dạ sắt son...

Tôi thấy màu xanh của cỏ cây
Và màu đỏ thắm lá cờ bay
Thấy đồi thấy bẫy đầy thử thách
Thấy cã bầu trời bóng xé bay...

Fairway is like the dance floor sometime...

Melbourne Captain The Duc Dao (handicap 4)

Golfer Thu Pham (Sydney) came third in Division A with a nett score of 75

Golfer Khanh Tran (Sydney)

Cái thú đánh gôn:
Lúc nhanh lúc chậm
Lúc lo lúc lường
Lúc cong lúc thẳng
Lúc lùi lúc cương

Part 4: The 10ᵗʰ Anniversary Open Championship Ceremony

The Open Championship Ceremony

In 10 years, AVGA has grown tremendously, with the strong support of the business communities and golfers not only in numbers but total prizes and gifts. The AVGA annual championship has grown from the modest budget of less than $1000 (for trophies) in 2009 to well over $100,000 at this year's championship: Including some fabulous holiday trips to Vietnam, quality designer championship shirts and caps, beautiful trophies, golfing equipment and substantial amount of cash on offer for Hole in One on all of the par 3s.

Trophies and Medals for the AVGA 10ᵗʰ Open Championship in 2019

The AVGA 10th Open Championship Ceremony

Receiving awards from Ambassador Ngo Huong Nam

Ladies
Longest
Drive
(220 yards)

Minh Ngọc
(current
EVGA Ladies
Champion)

Longest Drive
Men Div B

Nguyen Nhat
(Melbourne)

Longer Drive
(320 yards)
Men
Division A

Thai Tran
(Sydney)

N.T.P.
Winners

Men
Division C
Top 5 golfers

Winner and
Runner Up
Men
Division C
with
AVGA
President Tom
Hoan Nguyen

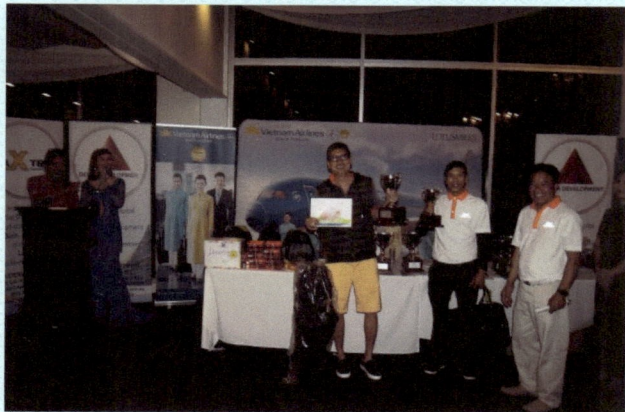

Top 5 Men
Senior
Division
(over 55 yo)
Champion of
Champions
(First 10
years): Mr
Tony Phuc
Cao Pham
(2nd from left)

Ladies Top
5 players of
2019

Men
Division B
Top 5 Winners

Men
Division A
Top 5 golfers

Captain
The Duc Dao
from
Melbourne

Champion of
Champions
(2009-2019)
Tony Cao
Hung Pham

MC Hải Anh and AVGA Captain TTT

AVGA Captain TTT with ladies of AVGA

The 10th AVGA Open Championship Dinner

Golfers and volunteers

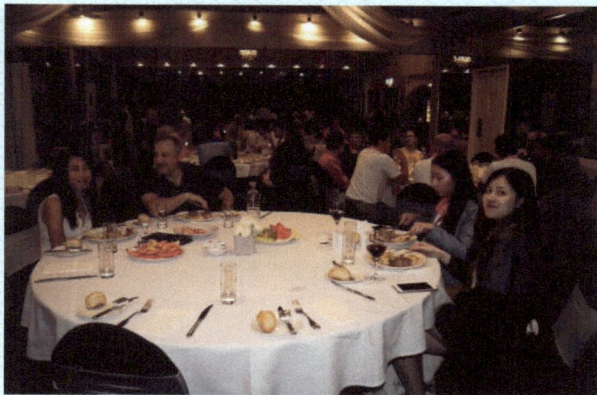

Talented photographer Mr Thai Tran (yellow shirt) and Golfers.

Linda Nguyen (Melbourne)

Dzung Ngoc (Sydney)

Hoa Nguyen (Ha Noi)

Presentation dinner is the time for golfers to catchup and share their stories and laughters

AVGA Sydney Golfers

VVGA Melbourne Golfers

Andy Hoang (Sydney) hosting golfers from overseas and interstates

Golfers from Sydney and Melbourne

Albatron's Golfers (Sydney)

John McIntosh, David Senior, Ryan O'Flaherty, David Bennett, Hiep Tran, Ha Quoc Khanh

Queenslands and Melbourne players

Melbourne players

Harry Pham (right) hosting the champion table including Golfer of the Year, Mr Phan Văn Hoành

The Deputy Ambassador Mr Nam Duong (Centre) and Andy Hoang

The VIP Table with the Ambassador and Mr Ho Dai Minh and Do Nguyen Quang Huy

Priceless
Lucky Draw:
Everyone is
the winner

Lucky Draw Winners

AVGA Champions Honour Roll:

2009: Mr Tony Phuc Cao Pham
2010: Mr Alex Quoc Tran
2011: Mr Tim Cox
2012: Mr Aprirat Sanpasiri
2013: Ms Sylvia Phuong Pham
2014: Mr Anan Muanjiai
2015: Mr Anan Muanjiai
2016: Mr Tom Hoan Nguyen
2017: Mr Tom Hoan Nguyen
2018: Mr Tuan Quang Do
2019: Mr Hoành Van Phan

Champion of Champions of the first 10 years:

2009-2019: Mr Tony Phuc Cao Pham

Part 5: Anniversary Open Championships' Sponsors and AVGA's acknowledgements

Thank you to all sponsors and generous golfers who donated prizes in the last 10 years of AVGA Championships. The HIO prizes sponsorship reached $95,000 at the 2019 Championship and the total prizes (including lucky door) and gifts handed out in the last 10 years (not including HIO prizes) approximately $300,000 plus almost $100,000 raised for various charities. We are looking forward to your continuing support at all future AVGA events.

Sponsors for the 10th Open Championship

- Vietnam Airlines
- TMS Group
- AVGA golfers Mr Tran Van An and Mr Si-Luan
- MV Travels
- AVGA golfer Mr Alex Thu Pham
- TNSS Student Visa Services
- Golfing friends from Saigon
- DELTA Development & LC Group Australia
- VVGA Monsieurs Nguyen Duc Huong and Nguyen Duc Cu
- My restaurant
- Tailored Accounts, Canberra
- AA Travels & Services, Melbourne
- AVGA golfer- anonymous
- MAXSTEEL - san pham cong nghe san ban lap ghep (Uc & VN – Australia and Vietnam)
- VVGA Golfer Thanh (Beo) Nguyễn
- Silver Hills Estate wine, Australia
- David Yem Enterprises
- Montgomerie Links GC, Vietnam
- Baked Provisions
- Metropole Travel
- Australian Advisory Pty Ltd
- EAF intertrade, Sydney
- VINPEARL group

Sponsors for past AVGA Open Championships

- TMS Group
- MEGA Golf - Australia
- Direct Flights
- Norfolk Group
- Western Union
- Du Hoc SET
- Sen Restaurant (Hanoi)
- Tran's Restaurant
- Golfers: Tan Trinh, Nguyen Xuan Quang, An Tran, Si Luan, Ngan Doan, Tuan Do, Nguyen Ba Luan
- Albatron Group
- VVGA
- CVGA
- Travel Indochina
- The Bluffs GC
- Porters of Northwoods

Thank you also to many individuals who supported behind the scene and donated to the prizes but have preferred to be unnamious.

Thank you David Yem A generous sponsor for AVGA Championships Since 2016

Thank you, Phương Trâm (Maria) for photographing many AVGA Championships.

Thank you Trần Đức Thái for allowing us to use the photos.

Feedback

Some Feedback for AVGA 2019

Mr The Dao (Captain of Melbourne VVGA): "On behalf of Melbourne team, I want to send a huge thank you to Avga. Wish you all good with health and great golfing. Love you Avga ..."

Mr Nhat Nguyen (Melbourne) "Em cảm ơn anh rất nhiều, Cho anh em 1 ngày háo hức. Vui quá anh, Cuộc sống thêm niềm vui. Tiếc là lần sau chơi 2 ngày. amh nhi? Một ngày thèm."

Mr Quang D Nguyen (Sydney) - Champion of Callaway Division: "Cảm ơn AVGA, cảm ơn những người bạn đã lại mang lại niềm hứng khởi về golf sau năm năm bỏ bê. Thế là mình bỏ golf nhưng golf không phụ mình. Avga Captain xin hứa sẽ luyện tập nghiêm túc để cùng tham gia đội AVGA thường xuyên hơn. Happy Anniversary..."

Mr Hung Tran (Sydney): "Cám ơn BTC, cám ơn captain."

Mr Tony Pham (Melbourne): Champion of Champions & Senior Champion. "Cảm ơn tất cả ban tổ chức và anh em"

Mr Vu Duc Dung (Vietnam): "Kỷ niệm 10 năm AVGA đông vui quá anh Tuệ Trần! Nhớ quá!"

Mr Song Hong Nguyen (Vietnam): "Chúc mừng AVGA, anh Tuệ Avga Captain nhé! Em mong trở lại Sydney để nhớ những ngày dc cùng AVGA lắm Anh ạ."

Dr John Martin (Sydney): "Thank you so much for having me at the AVGA 10 years anniversary championship. It was so well organised and I met so many good and beautiful people. Hope I will be invited back next year..."

Mr An Tran (Sydney): "Cảm ơn anh và btc rất nhiều. Một đêm gala rất vui"

Mr Dương Nam (Canberra): "Quá đẹp" (shirt & cap) & "Một đêm gala thật vui"

Dr Khu Vu "Congratulations all on another successful AVGA Open"

Ms Ngoc Bich (Vietnam): "cảm ơn anh Captain cùng các anh chị em Btc... đã mang đến cho ace golfers và người thân gđ một đêm tiệc Sydney ấn tượng và ấm áp mãi khong thể nao quên..."

Mr Binh Nguyen (Melbourne): "Cám ơn anh Tuệ và ban tổ chức rất nhiều, Chơi vui quá anh ơi. Khi nào có dịp xuống Melb nhớ gọi tụi em nhé"

Mr Vinh Pham (Melbourne) "Thanks for a great function yesterday and an awesome day at St Michael's today capt! I would love to come back here every year"

Mr Phil Ton That (Sydney): "The shirts and caps look fantastic"

Mr Duy Ly (Adelaide): "Great event today, given the weather and all. I guess I was the only golfer from Adelaide there today. Was wondering how the Association is managed and whether there are any Adelaide involvement. Live to remain connected and be informed of all future events. Thank you again for holding such a great event and Congratulate all the organizing committee."

Mr Hoành (Vietnam): 74 yo Champion golfer of the year.

Trời Sydney nắng vàng gió nhẹ	*Cám ơn anh cám ơn bè bạn*
Ly rượu vang sóng sánh tình người	*Đã cho tôi tình cảm tuyệt vời*
Các bạn ơi sao yêu đến thế	*Trên vịnh Sydney nghe gió thở*
Hẹn mùa sau lại đến Sydney	*Sóng vỗ mạn tàu ngắm trăng non*
	Bạn bè hồ hởi mừng gặp mặt
	Tứ xứ về đây thật là vui
	Ngày mai gặp gỡ trên sân cỏ
	Còn gì hơn thế cuộc đời ơi

Andy Hoang (Sydney): "Kỷ niệm 10 năm giải AVGA: Đồng phục năm nay quá đẹp, quá xuất sắc. Ai mặc cũng auto đẹp hết. Có lẽ may nhờ đứng cạnh Nữ Hoàng golf Queen Nguyen Hải Anh nên mình auto sáng. Người đâu mà đánh golf cũng hay dẫn trương trình cũng chuyên nghiệp"

Mrs TMS (Sydney): "Captain muôn năm!!! "

Mr Ha Q Khanh (Vietnam): "Qúa vui và qúa hay..."

Mr. Nguyen X Q (Vietnam): "The number of players participated in the AVGA Championship seems to increase. This means the tournament is a big success and getting more popular. I hope this will continue and wish you all the fun and success..."

Ambassador Mr. Ngô Hướng Nam: "10 năm, đánh dấu một sự trưởng thành của 1 hiệp hội. Tôi đã được tham dự rất nhiều buổi họp mặt: như hội trí thức, hội doanh nghiệp, hội kiều bào,... nhưng mà không có hội nào có thể tập hợp hằng trên 200 người trong 1 sự kiện lớn và vui ve như ngày hôm nay. Đó cũng là thể hiện sự thành công của hội AVGA. Xin chúc mừng..."

Feedback for OVGA 2017:

"Một ngày chơi từ lúc vươn thở cho đến tiếng thơ .." - Hungary team

"Em thay phe qua. Lan dau tien em danh giai ma cam thay hung phan nhu vay" - Myanmar team

"Sau hai ngày thi đấu, các golf thủ đã cống hiến cho người xem những đường bóng tuyệt vời, hơn thế, tinh thần yêu thể thao, nhiệt huyết của các golf thủ đã làm nên một giải đấu thực sự sống động và đầy tính nhân văn. Giải đấu không chỉ là sân chơi bổ ích mang niềm vui, thư giãn cho bà con kiều bào, mà còn là nơi giao lưu, gắn kết tình cảm của các golf thủ ở các khu vực với nhau." Thứ Trưởng BNG Ông Vu H Nam continue and wish you all the fun and success..."

"We did it!!. Australian team as a major part of the rest of the world beat Europe and America. Great fun with many new friends" - Member of Team Australia

"Giải Golf người Việt Nam ở nước ngoài toàn thế giới 2017 đã khép lại với tinh thần đoàn kết, gắn bó để lại những kỷ niệm và ấn tượng khó phai đối với các golf thủ kiều bào tham dự." - Báo Que Huong Online

"Xin gửi lời chúc mừng Captain và một giải golf thành công." Czech team

"Thật xứng đáng cho 2 ngày thi đấu không mệt mỏi... đến tận 12h đêm hôm qua! Có một vài điều chia sẻ cảm xúc:

1. *Teamwork và chiến thắng của cả đội quan trọng và cảm xúc hơn cá nhân!*
2. *Chiến thắng luôn cần những người thân bên cạnh! Thanks to Hang yeu và cả nhà!*
3. *Golf là môn thể thao chân chính, không phải là chỉ cho mấy ông bụng phệ lười nhác! Chúng tôi đã thi đấu hết mình vì tinh thần thể thao! 1.5 ngày 3 trận đấu 54 hố đã vắt kiệt sức mọi golfer nhưng chúng tôi không ai bỏ cuộc và kết thúc trong niềm vui chiến thắng!*
4. *Giải đấu đã quy tụ được gần 100 Việt Kiều từ 19 nước trên thế giới! Rất vui được giao lưu và quen biết các anh chị em từ các nước!*
5. *Hẹn gặp OVGA 2018!"* Cam xuc cua 1 thanh vien doi Úc

"Giai golf OVERSEAS VIETNAMESE WORLDGOLF CHAMPIONSCHIP lần thứ 2 được tổ chức tại FLC Sầm Sơn Thanh Hóa đã thành công rực rỡ, thay mặt đoàn CHLB Đức trân trọng cảm ơn ban tổ chức UBNNVNVNONN, FLC Sầm Sơn, các nhà tài chợ, anh chị em Golf thủ đến từ 19 nước, phóng viên đài báo, anh chị em văn nghệ sỹ. Năm mới chúc mọi người sức khỏe, thành công, hạnh phúc, an khang thịnh vượng." - Germany team

"Đây là lần thứ hai tôi tham gia Giải, so với lần trước, Giải lần này được tổ chức quy củ hơn và chất lượng Giải tốt hơn. Tôi mong muốn mùa Giải sau, thời gian Giải có thể dài hơn để tạo cơ hội cho mọi người giao lưu với nhau nhiều hơn. Qua đây, tôi xin gửi lời cảm ơn Ủy ban Nhà nước về người Việt Nam ở nước ngoài, các nhà tài trợ đã tạo cho các golf thủ kiều bào chúng tôi một sân chơi thật bổ ích". - Team Denmark

Em Hoàng Hương Ly (14 tuổi, hiện học tập tại Úc) cho biết: "Đây cũng là lần thứ hai em tham dự Giải, được tham gia thi đấu với các cô, bác, anh chị trên quê hương tạo cho em một cảm giác gần gũi khác hẳn khi em tham gia thi đấu với các bạn, thầy hướng dẫn người Úc. Em đến với môn thể thao này từ nhỏ, tiếp nối niềm đam mê từ ba mẹ em. Em được biết trên thế giới, nhiều bạn trẻ người Việt cũng có niềm đam mê với môn thể thao này. Em mong muốn những mùa Giải sau, Ban tổ chức sẽ phổ biến rộng rãi về Giải để nhiều bạn trẻ được tham gia hơn"

"Phần tạo không khí phấn khởi đối với các golf thủ là màn công bố kết quả các giải đấu và trao giải cho các tập thể và cá nhân, cụ thể: giải kỹ thuật trao cho 5 golf thủ, Best Gross (Men) trao cho ông Alex Quốc Trần (Úc), Champion (Ladies) đã được trao cho bà Đặng Thị Lan Hương (Slovakia), Giải khuyến khích trao cho Mr Pong Phet (Thái Lan) và giải Team Tournament - Ambrose được trao cho đội golf thủ kiều bào đến từ nước Pháp.

Cả không gian hội trường thật hân hoan với những tràng pháo tay không ngớt khi Ban tổ chức công bố kết quả các giải đấu dành cho cá nhân và tập thể. Và cuối cùng, không khí hội trường nóng lên khi Ban tổ chức công bố kết quả sau cùng Huy chương Bạc đồng đội và Cup vô địch. Huy chương Bạc đồng đội thuộc về đội châu Âu + Mỹ, Cup vô địch thuộc về đội Đội Thế giới còn lại (châu Á và châu Úc) - Báo Que Huong Online

"Niềm ham mê ... sáng đánh giải cá nhân ....đêm đánh giải đồng đội, ngày chơi 2 trận .. " - Hungary ladies team

Sân gôn rượu chát với người tình
Ba cái say mê nó quấy mình
Hủ hỉ quanh sân thêm cốc rượu
Sáng gôn chiều rượu tối linh tinh...

Anh đứng đầu sân xuôi hướng gió
Gió cuốn banh đi cả ước mong
Hôm nay xuất bóng bay vời vợi
Một cỏi đam mê chẳng sai lòng

Authors' acknowledgements

Our warmest gratitude goes to the AVGA's Committee for allowing us to use the AVGA logo and the old photos that were taken by an unknown member at the pre-2016 Open Championships and social gatherings.

We thank Mrs Nguyễn Thị Phương Trâm and Mr Trần Đức Thái for allowing us to use the photos that they took at the AVGA Open Chamionships and social gatherings.

We thank Mr Nguyễn Phap for allowing us to use the photo of Amy Chu in Part 1.

We thank the CVGA's Committee for allowing us to use the photo of the CVGA's team in Part 1.

Thank you also to all AVGA's members, families and friends who have been very supporting and sharing many wonderful moments with us in the last 10 years. We are looking forward to the future activities together with you and perhaps one day, for any AVGA's golfer, whereever we will travel, there will always be golfing friends welcome us on a course nearby and "You'll never walk alone" on any fairways anywhere in the world...

The memories of our mother, her spirit and her life, have inspired us to capture the beauty of love and friendships through work and play.

The AVGA 10th Open Championship: Welcome 143 players from Sydney, Melbourne, Canberra, Brisbane, Adelaide, Saigon, Ha Noi and Europe at St Michael's Golf Course on 3rd November 2019.

www.ingramcontent.com/pod-product-compliance
Lightning Source LLC
Chambersburg PA
CBHW040748150426
42811CB00059B/1513